நெஞ்சாத்தியே

எழில்

ஏலே பதிப்பகம்

நெஞ்சாத்தியே

ஆசிரியர் ©**எழில்**

முதற்பதிப்பு 2021
பக்கங்கள் 69

ISBN 978-93-91423-49-0

புத்தகம் வெளியிடு
ஏலே பதிப்பகம்
aelaypublish@gmail.com
phone – 9944992571

Aelay Publish
www.aelaypublish.com

என் தாய்தமிழில் மோகம் கொண்டேன்,புது புது வார்த்தைகளின் அர்த்தம் அறிய ஆர்வம் கொண்டேன்.

மௌனத்தின் அழகை நேசித்த ரசிகை, வார்தைகளின் ஆழத்தையும் சேர்த்து ரசிக்க,

என்னில் எழுந்த எழிலை கண்டேன் .

விளையாட்டாய் எழுதிய கிறுக்கல்கள்,நண்பர்களின் ஊக்குவிப்பால் கவிதையானது.

கவிதையை என் முத்திரையாய் பதிக்க இதோ என் முதல் அடி எழுத்தாளராக!

எழில்

பொருளடக்கம்

வாழ்க்கை

இன்னல் சூழ்ந்த நிலையிலும்
மின்னல் வெட்டிய மேகம் போல்
தேகம் வடித்த வியர்வையை
மழைத்துளியாக்கி வெற்றி காண்வோம்!

பிறப்பும் இறப்பும் நம்கையில் இல்லை
நம்பிக்கையில் நாட்களை கடப்போம்
இழப்பிலிருந்து மீண்டுவரவும்
இனி இழக்காமல் இருக்க வேண்டிவருவோம்
ஜாதி மதம் எனும் கிருமியை அழித்து
மனிதம் என்ற ஒற்றை இனத்துக்குள் நின்று
கடந்து வருவோம் ,
இந்த விடையில்லா வினாவான கொரோனாவை!

விழி வழி மோதிய வலிகளே
நாளை நாம் சிகரம் தொடும்
வழிகள் ஆகும்!

உறவுகளின் ஆழம்
எவ்வளவு நாட்கள்
கூடே இருந்தார்கள்
என்பதில் இல்லை,
எந்த நிலையில்
கூடே நின்றார்கள்
என்பதில் தான் உள்ளது!

தோல்வி காணாத வெற்றி
வலி இல்லா வேலை
ஏக்கமற்ற ஆசை
அலை இல்லா கடலுக்கு சமம்!

சிதறிய நாட்களும்
சிதைந்த நொடிகளும்
சிகரத்தைத் தொடும் வழி
சிதைந்து புதைந்து போகும் குழி அல்ல!

எல்லாம் தானாக அமையும்
என்ற எதிர்பார்ப்பை தவிர்த்துக்கொள்
உனக்கானதை அமைத்துக்கொள்
வாழ்க்கை அமையும் எண்ணம்போல்!

வலியால் வலிமை
அடைந்த இதயத்திற்கே
வலியில் சிரிக்கும்
திறன் அறியும்!

பிறர் கஷ்டத்தை
எளிதாக பார்க்கும் மனங்களுக்கு
தன் வாழ்க்கை இறுதிவரை
கஷ்டமாக மட்டுமே தெரியும்!

விதி தந்த வலிகள்
காயம் கொண்ட இதயங்கள்
ஏமாற்றம் பழகிய மனங்கள்
சிதறிய நாட்கள்
சிதைந்த நொடிகள்
துணிந்து வாழ்வதே வாழ்க்கை!

மழையில் நனைய விரும்பினேன்
கண்ணீரை மறைக்க

சிரித்துப் பேசி நடித்தேன்
வலிகளை மறக்க!

பிறர் சிரிக்க வாழ பழகு
சிரிப்பை பறித்து வாழ பழகாதே!

உன் சந்தோஷமும் சோகமும்
உன்னிடமே பிறர் மாற்ற வழி விடாதே ,
வாழ்க்கை மாறிய பின்
கண்ணீர் சிந்தாதே!

வாழ்க்கை பூக்களமாவதும்
போர்க்களமாவதும்,
நீ உன் வாழ்க்கையை கையாளும்
விதத்திலேயே

ஜனனம் முதல் மரணம் வரை
காலம் போதித்த ஞானம்
வாழ்வின் பாடம்!

வெற்றி கனவாகவே இருக்கும்
இலக்கை அடையும் வரை

வெற்றி சாதனையாக மட்டுமே இருக்கும்
சரித்திரம் படைக்கும் வரை

பலர் வெற்றி அடைவர்
ஒருவர் மட்டுமே சரித்திரம் படைப்பர்!

தெரிந்தே இழைத்த தவறுக்கு
கிடைப்பது தண்டனை
தெரியாமல் இழைத்த தவறுக்கு
கிடைக்கும் தண்டனையே மன்னிப்பு!

எதிர்காலம் எதிர்பார்ப்பாய்
இருக்கும்வரையே
நிகழ்காலம் நிம்மதி
நிலைநாட்டும்!

வலிகள் வரிகளாய் மாறியது
பிழைகள் தழும்பாய் பதிந்தது
தோல்விகள் நிழலாய் தொடர்ந்தது
முயற்சிகள் ஓய்வில்லா உழைப்பானது
வெற்றி நிஜமாய் நிகழ்ந்து!

காலம் ஸ்தாபித்த மாற்றத்தை
ஏற்று வாழ பழகு
அதற்காக பின்பற்றி வாழ
கட்டாயம் இல்லை!

வாழ்க்கை எனும் படகு பயணத்தில்
சிலர் கரை வரை வருவர்
சிலர் பாதியில் இறங்கி விடுவர்
சிலர் படகு கரை சேர துடுப்பாகவே மாறிவிடுவர்,
கரை சேரும் நேரம் பதில் அறியக்கூடும்!

தோல்வி கண்ட நொடியிலும்
வெற்றி காணத் தூண்டும்
உணர்வே தன்னம்பிக்கை!

எவரும் உன் அடிமை இல்லை
அடிமையாக்கி கொண்டால்
நீ வைத்தது அன்பும் இல்லை
அதிகாரம் மட்டுமே,
அன்பொன்றே உரிமையை நிலைநாட்டும்,
அதிகாரம் உறவையே நிலைகுலையச் செய்யும்!

கருப்பு கண்ணாடி அணிந்து பார்த்தால்
வெள்ளை உள்ளமும் கருப்பாகவே தெரியும்

குறை அவன் மனதில் இல்லை
உன் பார்வையிலேயே என்பதை உணர்
வாழ்வில் நீ அடைவாய்
நல்ல மனிதர் பலர்!

உன் சினத்திற்கு தவறிழைக்காதவர் இரையானால்
நீ படும் வேதனைகளுக்கு
நீயே விதை ஆகிவிடுவாய்!

தனியாக இருப்பது என்பது
தானே விரும்பி பெற்றது

தனிமையில் இருப்பது என்பது
அனைவரும் இருந்தும் தனியாக   இருந்து தவிப்பது

இரண்டும் என்றும் ஒன்றில்லை!

யுத்தமாய் உன் வாழ்வே
மாறும் தருணம்
மரணம் கூட உன்னை நெருங்க
அஞ்சும் காரணம்,உன் சமர்ப்பணம்!

தலைகனம் கொண்டு எல்லாம்
அறிந்த மேதை நாம் என்ற
ஆணவத்தில் ஆடாதே
ஆணவமே உன்னை அழிக்கும்
என்பதைக்கூட அறியாத மூடன்
நீ என்பதை மறவாதே!

உறக்கம் விழுங்கும் கணங்கள்
நித்தமும் முயற்சிக்கும் சிந்தனைகள்
கனலாய் எரியும் உன் இலக்குகள்
உனக்கென நீ படைத்த அடையாளம்
உன் கனவுகள்!

பிறப்பிலே கொன்று
வளர்பிலே அடிமையாக்கி

வாழ்விலே கனவுகளை பறித்து
வாழும் நோக்கத்தை அறியாமையாக்கி

உயிர் உருவாக்கும் தெய்வத்தை
ஒரு உயிராக கூட மதிக்காமல்
மிதித்து ரசித்ததோ

இந்த மூடர் சமுதாயம்!

நெஞ்சாத்தியே

இன்றைய இரவு
நாளைய விடியல்
இன்றைய நிகழ்வுகள்
நாளைய நினைவுகள்

இன்று மட்டுமே நம்கையில்
நாளை என்பதோ நம்பிக்கையில்!

காலத்தை எதிர்கொள்ள அஞ்சாதே
காலமே உன் முன் எதிர் நிற்க
அஞ்சும் வரை நீ ஓயாதே..

அன்று வன்முறையில் தீமை புரிந்து அடிமையாக்கிய நாட்டை,
அஹிம்சை முறையில் மனிதம்
கொண்டு சுதந்திரம் அடைந்தோம்.

இன்று மனிதம் மறந்த மனிதன் மண்ணில் மடிய, இறைவன் அளித்த கர்மபயனான கிருமியை, எவ்வித ஆயுதமும் அண்ட கூட இயலா நிலையில்,

நிராயுதபாணியாய் அன்பொன்றை கொண்டே உலகை காப்போம்!

உன் சிரிப்பால் ஒரு மனம் சிலிர்த்தால்
அதுவே உன் வாழ்வின் சிறப்பாகும் ஆனால்,
அச்சிரிப்பால் ஒரு மனம் சில்லறையாய் சிதறிப்போனால்
அதுவே உன் சிரம் சிதையும் சிறையாகும்

வாழ்க்கை எனும் புதிர்க்கு
காலம் ஒன்றே பதில் அளிக்கும்
பதிலை ஏற்று மகிழ்வைத்தேடு
கடந்து சென்று அதன் முன்னே ஓடு.

முன்னேறி செல்
முன்னிருப்பவன் மேல் ஏறி செல்லாதே

உன் வெற்றிக்கான வழியை தேடு
உன் முன்னிருப்பவன் தோல்விக்கான குழியை
தோண்டாதே!

ஒரு வினாவிற்கான விடையை தேடி அலைந்து விழுந்தேன்

அந்நொடியே சிதறிய எண்ணில்
பதிலை அறிந்தேன்

எழும் கேள்வி அனைத்திற்க்கும்
பதில் ஒன்றே அது உன்னிடமே!

அனைத்தையும் ஆராய்ந்து பார்க்கும் புத்திசாலி நான்
என்றால் வாழ்வில் கிடைக்க இருக்கும் சிறு சிறு
சந்தோஷத்தையும் இழக்க நேரும் கோமாளியும்
நீங்கள்தான்

பிறர் மௌனம்
சிலரது கோபம்
சிலரது குழப்பம்
சிலரது பிரிவும் கூட!

கண்ணிரில் பலவீனத்தையும்
குற்றம் மறுத்த இதயத்தில்
பலத்தையும் கண்டதோ
இந்த மூடர் சமுதாயம்

நாட்கள் ஓடும்
உறவுகள் கூடும்
பிரிவுகள் நிகழும்

மாற்றங்களை ஏற்று
கடந்து செல்வதே வாழ்க்கை

குறையை நினைத்து வருந்தாதே
தவறுகளை ஏற்க தயங்காதே
உதவிய உள்ளங்களை மறக்காதே
கடமைகளை செய்ய மறுக்காதே

மேகத்தின் தேகம் பாரத்தை தாங்க இயலாமல்
மழைத்துளி பொழிந்தது போல்,
மனம் சிதைந்த வேதனை தாங்க இயலாமல்
விழிகள் கண்ணீர் கசிந்தது

விதி மற்றும் ராஜநீதி இடையே தன் திறமைகென ஓர்
அங்கீகாரம் பெற வாழ்வனைத்தும் போராடிய
சூரிய புத்திரரே!

நட்பையே வாழ்வின் தர்மம் ஆக்கி அதர்மம் தரப்பில்
நின்றவரே

தானத்தால் புண்ணியத்தை கவசமாய் கொண்ட அரசரே

இறுதிவரை போரில் போராடி வீரமரணத்தை
மனமாற ஏற்ற மாவீரரே

<u>காதல்</u>

நிலவின் ஒளியில் கண்ட நிழலே
நினைவின் அருவமான உருவமே
நிஜத்தின் மர்மத்தை
மறக்கடித்த ஆசையேஉயிராய்
உதிரத்தில் கலந்த உயிரே!

இமைக்காமல் காத்திருப்பேன்
இரவோடு ஒளிந்திருப்பாய்
சில நேரம் வெளிவருவாய்
மறுநொடியே மறைந்து விடுவாய்
நான் காத்திருப்பேன்
என நம்பியதால்!

கசங்கிய என்னை
காவியம் ஆக்கியவளே

குப்பையில் சிதறியவனில்
கவிதையை பதித்தவளே

நீ கசிந்த மையினாலே உயிர்த்தேனே
நீயில்லையெனில் நான் என்றோ கிழிந்திருப்பேனே
என்னை எழில் ஆக்கிய எழுதுகோலே!

பிரிவதால் தோற்பது காதல் அல்ல
காதலர்களின் கனவு மட்டுமே!
காதல் என்றும் தோற்பதில்லை
இறுதிவரை இருவர்
மனதில் வாழும்வரை!

நீ தேய்ந்து கொண்டே போனாலும்
என் விழி இமைக்காமல்
காத்து கொண்டே இருக்கும்
நீ முழுநிலவாய் வரும்
நாள் வரை!

உன்னுடன் கனவில்
நம் நினைவுகளுடன் நிஜத்தில்
பிம்பமாய் நீ என் கண்ணில்
தழும்பாய் என் நெஞ்சில்
வாழுவாய் இறுதிவரை என்னில்!

உணரமுடியாத உணர்வு
சொல்ல முடியாத தவிப்பு !
மறைந்து மறைந்து ரசித்த அழகு மறைத்ததோ உன்னை
இழக்க பயந்து வாழ்வதோ என் ஜீவன்
உன்னை சேரும் நொடிக்கு!

சொல்லாமல் இணைந்த பந்தம்
சொந்தமாக்கிக் கொள்ள சம்மதம்
பிரித்தோ வைப்பதோ நம் மதம்
பிரியாமல் தவிப்பதோ நம் இதயம்!

அலைபாயும் இதயத்தில்
மழையாக பொழிந்தாயே

சிலையாக நின்றவளின்
உயிராக கலந்தாயே

இலையாக உதிர்ந்தவளின்
காற்றாக இணைந்தாயே

பதில் அறியா பேதையின்
புதிராக மறைந்தாயே...

தொலைவில் கண்டேனே
உன்னருகே நான் வரவே

இரவின் இருளை ரசித்தேனே
உன் ஒளியால் நான்
மெழுகென உருகவே!

தொலைவில் உன்னை கண்ட நேரமே
உன்னருகே நான் வர ஏங்கினேன்

காலம் விதித்த இடைவேளையிலேயே
நம் உறவின் நெருக்கத்தை
நான் உணர்ந்தேன்

இதயம் இரண்டும் ஒன்றிணைந்ததாலே
தூரத்தை நம் காதல் வென்றது என்பேன்!

கவிதையாய் உன் கண் பார்வை வீச
ராகமாய் நம் மௌனம் ஒலிக்க
இசையில் நனைய நானும்
இசையாய் ஆனாய் நீயும்!

பிரிவு நாம் ஏற்ற
முடிவாகவும் இருக்கலாம்
காலம் விதித்த வலியாகவும் இருக்கலாம்
வைத்த அன்பு என்றும் பொய்யாகாது
உறவின் ஆழம் துளியும் குறையாது
தூரங்களும் தூறல்களாகவே மாறும்
அன்பிற்குரிய இதயத்திற்கு!

காணும் தூரம் வரை நம் நினைவு
காணா தூரமாய் இருப்பதோ
நம் உறவு கண்டேன் உன் விழி
வழியில் என்னை கரைந்தேன்
என்னை காண,தேடி உன்னை!

நிலவின் ஒளியில் கண்ட நிழலே
நினைவின் அருவமான உருவமே
நிஜத்தின் மர்மத்தை மறக்கடித்த ஆசையே
உயிராய் உதிரத்தில் கலந்த உயிரே!

உன் சிரிப்பில் என் கண்பார்வையை
சிறை அடைத்தாய்

உன் பேச்சில் என் மௌனத்திற்கு
குரல் அளித்தாய்

ஏதும் இனியில்லை என
ஒரு நிலை வந்ததே
நீயே இனி எல்லாம் என்று
பதில் அளிக்கவே!

இருமனம் ஒருமனம் ஆகி
திருமணத்தில் முடிவதே
அவர்களின் காதலுக்கு
செய்யும் சமர்ப்பணம் ஆகும்!

இளங்காற்றில் இலை அசைய
உன் மூச்சில் நான் அசைந்தேன்

நள்ளிரவில் நில ஒளிவீச
என் மன அறையில் உன் குரல் கேட்டேன்

என்னருகே நீ வரவே
வெகுதூரம் நான் சென்றேன்!

அவள்

அவள் மலராய் மலர்ந்தாள்
வண்டுகள் தேன் குடிக்க

அவள் இலையாய் உதிர்ந்தாள்
புது இலைகள் வளர

அவள் இலக்கை எரித்தாள்
அன்புக்குரிய இதயங்கள் குளிர

அவள் உயிரை பணையம் வைத்தாள்
ஒரு உயிரை உருவாக்க

அவள் சரீரம் சோர்ந்து கல்லறை சேர்ந்தால் மீண்டும்
தேவதையாய் பிறந்து வர!

மௌனம் பேசும் கண்கள்!

காயத்தை வருடும் சொற்கள்
பொழியும் இதழ்

பிறருக்காக துடிக்கும் அன்பின்
கருவியான இதயம்

இரவின் நிலவாய் ஒளிரும் வட்டமுகம்

பிரம்மன் படைத்த சிலையே
ரவிவர்மன் வரையா ஓவியமே
காலம் யாவும் நீ தேவதையே!

மெல்லிய இசை அவள்
வானம் நிறைந்த மேகம் அவள்
பட்டாம்பூச்சியாய் பறப்பவள் அவள்
அலைகளும்,கடலும் பேசும் மௌனம் அவள்அன்பினால்
உருக்கிய உயிர் அவள்!

கடலின் ஆழமான எண்ணங்களோ நிலத்தின் பரந்து விரிந்த
மனமோ ஆகாயம் உயர்ந்த கனவோ
காற்றின் பரிசுத்த தூய்மையோ காட்டுத்தீயாய் தீயவரை
எரிக்கும் சக்தியோ
ஐம்பூதங்களையே தன்னில்
அடக்கிய தாரகையே!

நிலவின் ஒளியோ
கதிரவனின் வீச்சோ
இலைகளின் மென்மையோ
மலைகளின் வலிமையோ
அனைத்தும் பெண்ணே,
உன் பெண்மையில் கண்டேனே!

வேள்வியில் உதிக்கையிலேயே இன்னல்களை
ஏற்ற பவித்ர தீ
தன்நிலை கருதாமல் தர்மம் நிலைநாட்ட
சிலையாகி நின்ற ஐவரின் பத்தினி

ஸ்த்திரியின் வஸ்திரம் பறிக்க மோகம்
கொண்டவரின் மரணம் நீ

நிலைகுலைந்த நிலையில் கோவிந்தரின் பாதத்தில்
சரணடையும் மாதவனின் சகி

பெண்குலம் வடித்த கண்ணீருக்கு பதிலளிக்க துஷ்டர்களை
சம்ஹாரம் செய்த மாகாளி

வையகம் போற்றும் இவளே திரௌபதி!

நட்பு

பட்டாம்பூச்சி கூட்டம்
வகுப்பறையில் போட்ட ஆட்டம்

சுவரில் கிறுக்கிய சுவடுகள்
சுகமாய் மலரும் நம் நினைவுகள்

உறக்கமில்லா உரையாடல்
உருக்கமான நிகழ்வுகள்

கேலி சண்டை சிரிப்பு
அதுவே,ஈடுஇணையில்லா
நம் நட்பின் சிறப்பு!

எந்த பந்தமும் இன்றி
என்னில் கலந்தவள்

என் சந்தோஷம் நிறைந்தவள்
என் கஷ்டத்தை துடைப்பவள்

என்றும் என்னில் அழகாக
உலா வரும் நிலா இவள்

பந்தம்மில்லா சொந்தமான இணைப்பு
ஒன்றிணைந்தாலே ஒலிக்கும்
நம் சிரிப்பு
உணர்ந்ததோ நம் உறவின் மதிப்பு
எச்சூழல்லிலும் பிரியாததே
நம் சிறப்பு
ஈடுஇணையில்லா படைப்பு நம் நட்பு

அவனை அடக்கும் அரக்கியும் அவளே அவனுக்கென
துடிக்கும் உறவும் அவளே

அவளிடம் குறும்பு செய்யும்
கிறுக்கனும் அவனே
அவளை இமைக்குள் காக்கும் காவலனும் அவனே

அவனை நல்ல மனிதனாய்
வழிநடத்தும் தோழி அவளே
அவளை வழிகாட்டி அவள் பின் துணைநிற்கும் தோழன்
அவனே

நட்பில் ஆண் பெண் காணாத
காதலை மிஞ்சிய ஈடுஇணையில்லா பொக்கிஷம்
இவ்வுறவே!

கைகோர்த்து நடந்த நாட்கள்
மணிக்கணக்காய் கதைத்த கதைகள்

கடல் அலையாய் வந்து
மோதும் நினைவுகள்
கடற்கரையாய் நெஞ்சம்
நனைந்து போகும் சுவடுகள்

காதலில் மட்டுமல்ல நட்பிலும்
அலைகள் ஓய்வதில்லை!

நட்பினில் விழுந்தோமே
தினசரி சிரித்தோமே
திசையாய் பிரிந்தோமே
நினைவினில் வாழ்வோமே
நட்புக்கு முடிவேது
நீ சொன்னது மறவாது!

உறவு

நீ படைத்த முதல் கவிதையோ நானே
என் காவியத்தின் கவியே நீயே

நீ உருக்கிய உயிரோ நானே
என் கவிதையின் உயிரே நீயே

நீ என்றதாலே நானே
நான் என்றுமே நீயே....
என் தாயே!

பிறந்ததோ அவரின் மகளாய்
வளர்ந்ததோ அவரின் இளவரசியாய்

என் சிரிப்பில் அவர்
வேதனையை மறந்தார்
என் சுமைகளை அவர்
தோளில் சுமந்தார்

என் அன்பின் அடையாளம் அவரே
என் உயிர் துணையும் அவரே

என் அப்பா!

அன்பால் கரைத்தாய்
அறிவால் வடிவமைத்தாய் அரவணைப்பால் வளர்த்தாய்
என் பிள்ளையாய்
எனனுடன் நீ வளர்ந்தாய்
அவள்தான் என் தாய்!

என் சிறு பிள்ளை
அளவற்ற தொல்லை
இவள் அன்பிற்கு
அளவே இல்லை
என்றும் இவள்
என் முதல் பிள்ளை
என் தங்கை!

எலியும் பூனையுமாய் சண்டையிட்டு
ஒருவருக்கொருவர் மாட்டிவிட்டு

பாசத்தை வெளிக்காட்டாமல்
மற்றவரிடம் விட்டும்கொடுக்காமல்
நட்பாய் தாயாய் தந்தையாய் ,
எந்த உறவுக்கும் ஈடுஇல்லாத
ஒரே உறவு
அண்ணன் தங்கை உறவு!

வெறும் நிலமாய் இருந்த என்னை
உன் ஒளி வெளிச்சம் தந்து வெண்ணிலவாய்
மாற்றிய சூரியனே
என் அம்மா!

தான் பெற்ற ஞானத்தை தனக்குள்ளே
பூட்டி கொள்ளாமல் மெழுகென உருகி மாணவர்களுக்கு
ஒளிவீசிய ஒளிதீபங்களே

தாயாய் அரவணைத்து
தந்தையாய் வழிநடத்தி
தெய்வமாய் ஆசீர்வதிப்பாரே

என் மதிப்பிற்குரிய ஆசிரியர்களே!

முதல் மொழியாய் முன்னோர்
காத்த முத்தமிழே

செம்மொழியாய் செங்குருதியில்
கலந்த செந்தமிழே

தாய்மையின் தூய்மையை தலைதாங்கி
உலகையே உள்ளங்கையில்
முத்தான வார்த்தைகளால் அடக்கிய
என் தாய் தமிழே!

பிறந்தோம்,வாழ்ந்தோம்,இறந்தோம் என இல்லாமல் நம் பெயர்க்கு என ஓர் அடையாளம் படைக்க முயல்வோம்

சாதி,மதம் அனைத்திற்க்கும் பதில் ஒன்றே அது மனிதம் மட்டுமே என உணர்த்துவோம்.

அன்பொன்றையே ஆயுதமாய் கொண்டு வென்று காட்டுவோம் இச்ஜனனத்திற்கு அர்த்தம் சேர்க்க!!!!

www.ingramcontent.com/pod-product-compliance
Lightning Source LLC
LaVergne TN
LVHW040336171026
850499LV00046B/2105
* 9 7 8 9 3 9 1 4 2 3 4 9 0 *